MAGPAKATAPANG
MARCY SCHAAF
TAGALOG
AF440741
Ka Gaya Ni
KAISA

BEE BRAVE
MARCY SCHAAF
Like
KAISA

DEDICATION:

TO KAISA MORGAN

OF MALAMA-KI HONEY BEES IN PAHOA, HAWAII,

THIS BOOK IS DEDICATED TO YOU, OUR FEARLESS FRIEND AND DEVOTED BEEKEEPER. YOUR PASSION FOR BEES AND UNWAVERING DEDICATION TO THEIR WELL-BEING INSPIRE US EVERY DAY. MAY YOUR LOVE FOR NATURE AND ALL ITS CREATURES CONTINUE TO SHINE BRIGHTLY, JUST LIKE THE GOLDEN HONEY YOUR BEES PRODUCE.

WITH GRATITUDE AND ADMIRATION,
MARCY SCHAAF
BOOKS BY SCHAAF

BEE SERIES BOOK 1

DEDIKASYON:

KAISA MORGAN

NG MALAMA-KI HONEY BEES SA PAHOA, HAWAII,

ANG AKLAT NA ITO AY NAKATUON SA IYO, ANG AMING WALANG TAKOT NA KAIBIGAN AT TAPAT NA BEEKEEPER. ANG IYONG PAGKAHILIG PARA SA MGA BUBUYOG AT HINDI NATITINAG NA DEDIKASYON SA KANILANG KAPAKANAN AY NAGBIBIGAY INSPIRASYON SA AMIN ARAW-ARAW. NAWA'Y ANG IYONG PAGMAMAHAL SA KALIKASAN AT SA LAHAT NG MGA NILALANG NITO AY PATULOY NA LUMIWANAG NANG MALIWANAG, TULAD NG GINTONG PULOT-PUKYUTAN NG IYONG MGA BUBUYOG.

SA PASASALAMAT AT PAGHANGA, MARCY SCHAAF BOOKS NI SCHAAF

AKLAT NG SERYE NG BEE 1

PANIMULA:

MALIGAYANG PAGDATING, MAUSISA NA MGA MAMBABASA, SA KAAKIT-AKIT NA MUNDO NG KAISA THE BEEKEEPER! SA KAGILIW-GILIW NA KUWENTONG ITO, NAGSIMULA KAMI SA ISANG PAGLALAKBAY SA LUNTIANG TANAWIN NG PAHOA, HAWAII, KUNG SAAN IPINAKITA SA AMIN NG ISANG KAHANGA-HANGANG BATANG BABAE NA MAY TAPANG AT DETERMINASYON, KAHIT SINO AY MAAARING ITULOY ANG KANILANG MGA PANGARAP - KAHIT NA ANG MGA PANGARAP NA IYON AY MAY KASAMANG HUGONG NA MGA BUBUYOG AT MATAMIS NA PULOT.

SA PAMAMAGITAN NG MGA PAHINA NG AKLAT NA ITO, SASAMAHAN NATIN SI KAISA SA PAG-AALAGA SA KANYANG MINAMAHAL NA MGA PANTAL, NA NATUTUTO NG MAHAHALAGANG ARAL TUNGKOL SA PAGTUTULUNGAN NG MAGKAKASAMA, ANG MGA KAMANGHA-MANGHANG KALIKASAN, AT ANG HINDI KAPANI-PANIWALANG UGNAYAN SA PAGITAN NG MGA TAO AT MGA BUBUYOG. KASABAY NITO, MATUTUKLASAN NATIN ANG MAHALAGANG PAPEL NA GINAGAMPANAN NG MGA BUBUYOG SA ATING SUPLAY NG PAGKAIN, ANG KAAKIT-AKIT NA DYNAMICS NG ISANG KOLONYA NG BUBUYOG, AT ANG MGA NAKAKATUWANG PARAAN NA MAAARING MAGBIGAY NG TULONG ANG MALILIIT NA NILALANG NA ITO KAPAG KAILANGAN NATIN ITO.

KAYA'T MAHAL NA MGA MAMBABASA, MAGHANDA NA TANGAYIN NG MAHIKA NG MUNDO NI KAISA, KUNG SAAN ANG BAWAT BULAKLAK AY NAGTATAGLAY NG LIHIM, BAWAT BUBUYOG AY MAY KWENTO, AT BAWAT TIBO AY BANAYAD NA PAALALA NG KAPANGYARIHAN NG PAGKAKAIBIGAN AT PAGPAPAGALING. BUKSAN NATIN ANG ATING PUSO AT ISIPAN SA MGA NAGHUHUMINDIG NA PAKIKIPAGSAPALARAN NA NAGHIHINTAY SA ATIN SA MGA SUSUNOD NA PAHINA. HANDA KA NA BA? SUMISID TAYO AT TUKLASIN ANG MGA NAKAKATUWANG KABABALAGHAN NI KAISA THE BEEKEEPER!

MEET KAISA,
THE FEARLESS BEEKEEPER OF
PAHOA, HAWAII!

KILALANIN SI KAISA, ANG WALANG TAKOT NA BEEKEEPER NG PAHOA, HAWAII!

KAISA LOVED BEES. SHE WORE A
WIDE-BRIMMED HAT AND A GENTLE
SMILE AS SHE TENDED TO HER HIVES.

MAHAL NI KAISA ANG MGA BUBUYOG.
NAKASUOT SIYA NG MALAPAD NA SUMBRERO
AT MAGILIW NA NGITI HABANG INAALAGAAN
NIYA ANG KANYANG MGA PANTAL.

SOME PEOPLE SAID, "BEEKEEPING IS FOR BOYS."
BUT KAISA KNEW BETTER.

ANG ILANG MGA TAO AY NAGSABI, "ANG PAG-
AALAGA NG PUKYUTAN AY PARA SA MGA LALAKI."
PERO MAS ALAM NI KAISA.

SHE'D WHISPER TO HER BUZZING FRIENDS, "GIRLS CAN DO ANY JOB THEY DREAM!"

IBINUBULONG NIYA SA KANYANG MGA KAIBIGANG NAGBUBULUNGAN, "MAGAGAWA NG MGA BABAE ANG ANUMANG TRABAHO NA PINAPANGARAP NILA!"

WITH DETERMINATION IN HER HEART, KAISA SHOWED
THE WORLD THAT BEEKEEPING WAS HER PASSION.

TAGLAY ANG DETERMINASYON SA KANYANG PUSO,
IPINAKITA NI KAISA SA MUNDO NA ANG PAG-AALAGA
NG PUKYUTAN ANG KANYANG HILIG.

IN HER GARDEN, FLOWERS DANCED HAPPILY,
THANKS TO HER BUSY BEE FRIENDS.

SA KANYANG HARDIN, MASAYANG SUMAYAW
ANG MGA BULAKLAK, SALAMAT SA KANYANG
MGA KAIBIGANG ABALANG PUKYUTAN.

BEES ARE LIKE NATURE'S SUPERHEROES, ESSENTIAL FOR OUR FOOD TO GROW BIG AND STRONG.

ANG MGA BUBUYOG AY PARANG MGA SUPERHERO NG KALIKASAN, MAHALAGA PARA LUMAKI AT LUMAKAS ANG ATING PAGKAIN.

THEY FLY FROM FLOWER TO FLOWER,
SPREADING POLLEN, SO FRUITS AND VEGGIES
CAN BLOSSOM.

LUMILIPAD SILA MULA SA ISANG BULAKLAK HANGGANG SA BULAKLAK, KUMAKALAT NG POLLEN, KAYA ANG MGA PRUTAS AT GULAY AY MAAARING MAMULAKLAK.

IN THE HIVE, EACH BEE HAS A SPECIAL ROLE: THE QUEEN, THE NURSE, THE GUARD, AND MORE.

SA PUGAD, ANG BAWAT PUKYUTAN AY MAY ESPESYAL NA TUNGKULIN: ANG REYNA, ANG NARS, ANG BANTAY, AT HIGIT PA.

THE QUEEN LAYS EGGS, THE NURSE CARES FOR BABIES, AND THE GUARD PROTECTS THE HIVE.

NANGINGITLOG ANG REYNA, INAALAGAAN NG NARS ANG MGA SANGGOL, AT PINOPROTEKTAHAN NG BANTAY ANG PUGAD.

SOME BEES ARE BUILDERS, CRAFTING INTRICATE HONEYCOMBS WITH MATHEMATICAL PRECISION.

ANG ILANG MGA BUBUYOG AY MGA TAGABUO, NA GUMAGAWA NG MASALIMUOT NA PULOT-PUKYUTAN NA MAY KATUMPAKAN SA MATEMATIKA.

TOGETHER, THEY CREATE A BUZZING SYMPHONY OF TEAMWORK
ENSURING THE SURVIVAL OF THEIR COLONY.

MAGKASAMA, LUMILIKHA SILA NG NAKAKATUWANG SYMPHONY NG PAGTUTULUNGAN NG MAGKAKASAMA
TINITIYAK ANG KALIGTASAN NG KANILANG KOLONYA.

JUST LIKE IN THE HIVE, EVERY
PERSON HAS UNIQUE TALENTS.
THEY MAKE THE WORLD A BETTER
PLACE, TOO.

SO LET'S CELEBRATE OUR DIFFERENCES
AND WORK TOGETHER, JUST LIKE THE
BEES!

TULAD NG SA PUGAD, BAWAT TAO
AY MAY NATATANGING TALENTO.
GINAGAWA NILANG MAS
MAGANDANG LUGAR DIN ANG
MUNDO.

KAYA'T IPAGDIWANG NATIN ANG ATING
MGA PAGKAKAIBA AT MAGTULUNGAN,
TULAD NG MGA BUBUYOG!

WITHOUT BEES, OUR PLATES WOULD BE EMPTY, AND OUR WORLD A LITTLE LESS SWEET.
GOLDEN HONEY!

KUNG WALANG MGA BUBUYOG, ANG ATING
MGA PLATO AY WALANG LAMAN, AT ANG
ATING MUNDO AY HINDI GAANONG MATAMIS.

SO LET'S GIVE A CHEER FOR OUR
TINY, BUZZING FRIENDS WHO
KEEP OUR FOOD SUPPLY
THRIVING!

KAYA'T BIGYAN NATIN NG PALAKPAKAN
ANG ATING MALILIIT NA KAIBIGAN NA
NAGPAPANATILI SA ATING SUPLAY NG
PAGKAIN NA UMUNLAD!

ARE YOU AFRAID OF BEES?

NATATAKOT KA BA SA MGA BUBUYOG?

ONE DAY, KAISA ACCIDENTALLY TRIPPED OVER A ROCK AND SCRAPED HER KNEE.

ISANG ARAW, AKSIDENTENG NATAPILOK SI KAISA
SA ISANG BATO AT NASIMOT ANG KANYANG TUHOD.

BUT BEFORE SHE COULD EVEN BLINK, HER
LOYAL BEES FLEW TO HER RESCUE.

NGUNIT BAGO PA MAN SIYA KUMURAP, LUMIPAD ANG
KANYANG MGA TAPAT NA BUBUYOG PARA ILIGTAS SIYA.

WITH GENTLE PRECISION, THEY LANDED
ON HER WOUND, GIVING HER TINY
STINGS FILLED WITH HEALING MEDICINE.

SA BANAYAD NA KATUMPAKAN, DUMAPO ANG
MGA ITO SA KANYANG SUGAT, NA NAGBIGAY SA
KANYA NG MALILIIT NA TUSOK NA PUNO NG
NAKAPAGPAPAGALING NA GAMOT.

AS THE PAIN MELTED AWAY,
KAISA SMILED, KNOWING HER BEE
FRIENDS HAD HER BACK.

NANG MAWALA ANG SAKIT, NGUMITI SI KAISA, ALAM NIYANG NAKATALIKOD SA KANYA ANG KANYANG MGA KAIBIGANG BUBUYOG.

YOU SEE, BEES AREN'T JUST ABOUT HONEY –
THEY'RE NATURE'S NURSES, TOO!

NAKIKITA MO, ANG MGA BUBUYOG AY HINDI LAMANG TUNGKOL SA PULOT -
MGA NURSE DIN SILA NG KALIKASAN!

SO NEXT TIME YOU SEE A BEE BUZZING BY,

REMEMBER, THEY'RE HERE TO HELP, NOT TO HARM.

KAYA SA SUSUNOD NA MAKAKITA KA NG BUBUYOG NA DUMADAAN,

TANDAAN, NARITO SILA PARA TUMULONG, HINDI PARA SAKTAN.

WITH A GRATEFUL HEART, KAISA THANKED HER BUZZING BUDDIES FOR THEIR KINDNESS.

MAY PUSONG NAGPAPASALAMAT,
PINASALAMATAN NI KAISA ANG KANYANG MGA
BUZZING BUDDY PARA SA KANILANG KABAITAN.

AS THE SUN DIPPED LOW, KAISA SAT BY HER HIVES, LISTENING TO THE GENTLE HUM OF HER FUZZY FRIENDS.

HABANG LUMULUBOG ANG ARAW, UMUPO SI KAISA SA TABI NG KANYANG MGA PANTAL, NAKIKINIG SA MAHINANG UGONG NG KANYANG MALABO NA MGA KAIBIGAN.

REMEMBER, NO JOB IS OFF-LIMITS TO YOU, WHETHER IT'S BEEKEEPING OR REACHING FOR THE STARS!

TANDAAN, WALANG TRABAHONG BAWAL SA IYO, MAGING ITO MAN AY PAG-AALAGA NG PUKYUTAN O PAG-ABOT SA MGA BITUIN!

MAHALO, MY DEAR FRIENDS.
THE END

MAHALO, MAHAL KONG MGA KAIBIGAN.
ANG KATAPUSAN

IF YOU'RE EVER ON THE BIG ISLAND OF HAWAII
STOP BY THE MAKU'U FARMERS MARKET ON
SUNDAY AND MEET KAISA!

KUNG IKAW AY NASA MALAKING ISLA NG HAWAII,
PUMUNTA SA MAKU'U FARMERS MARKET SA
LINGGO AT MAKILALA SI KAISA!

THE REAL KAISA MORGAN
MALAMA-KI HONEY BEES

ANG TUNAY NA KAISA MORGAN
MALAMA-KI HONEY BEES

PROJECT: DIY BEESWAX FOOD WRAPS

MATERIALS NEEDED:
- COTTON FABRIC (PREFERABLY LIGHTWEIGHT AND BREATHABLE)
- BEESWAX PELLETS OR GRATED BEESWAX
- PINE RESIN (OPTIONAL, FOR ADDED STICKINESS)
- JOJOBA OIL OR COCONUT OIL (OPTIONAL, FOR FLEXIBILITY)
- PARCHMENT PAPER
- BAKING SHEET
- CLOTHESLINE OR DRYING RACK

INSTRUCTIONS:
1. START BY CUTTING YOUR COTTON FABRIC INTO SQUARES OR RECTANGLES OF VARIOUS SIZES, DEPENDING ON YOUR PREFERENCE AND THE CONTAINERS YOU PLAN TO COVER.

2. PREHEAT YOUR OVEN TO 200°F (93°C) AND LINE A BAKING SHEET WITH PARCHMENT PAPER.

3. PLACE ONE PIECE OF FABRIC ON THE PARCHMENT PAPER-LINED BAKING SHEET.

4. SPRINKLE A GENEROUS AMOUNT OF BEESWAX PELLETS OR GRATED BEESWAX EVENLY OVER THE FABRIC. IF DESIRED, YOU CAN ALSO ADD A SMALL AMOUNT OF PINE RESIN FOR EXTRA STICKINESS AND JOJOBA OIL OR COCONUT OIL FOR FLEXIBILITY.

5. PLACE ANOTHER PIECE OF PARCHMENT PAPER ON TOP OF THE FABRIC AND BEESWAX TO CREATE A SANDWICH.

6. PLACE THE BAKING SHEET IN THE PREHEATED OVEN AND ALLOW THE BEESWAX TO MELT ONTO THE FABRIC. THIS SHOULD TAKE ABOUT 5-10 MINUTES, DEPENDING ON THE THICKNESS OF THE FABRIC AND THE AMOUNT OF BEESWAX USED.

7. CAREFULLY REMOVE THE BAKING SHEET FROM THE OVEN ONCE THE BEESWAX HAS MELTED COMPLETELY. USE A PAINTBRUSH OR SPATULA TO SPREAD THE MELTED BEESWAX EVENLY OVER THE FABRIC, ENSURING THAT EVERY INCH IS COVERED.

8. LIFT THE TOP LAYER OF PARCHMENT PAPER AND CHECK IF THERE ARE ANY DRY SPOTS ON THE FABRIC. IF SO, SPRINKLE A LITTLE MORE BEESWAX OVER THOSE AREAS AND RETURN THE BAKING SHEET TO THE OVEN FOR A FEW MORE MINUTES UNTIL FULLY MELTED.

9. ONCE THE FABRIC IS EVENLY COATED WITH BEESWAX, CAREFULLY LIFT IT OFF THE PARCHMENT PAPER AND HANG IT ON A CLOTHESLINE OR DRYING RACK TO COOL AND HARDEN.

10. REPEAT THE PROCESS WITH THE REMAINING PIECES OF FABRIC UNTIL YOU'VE MADE AS MANY BEESWAX WRAPS AS YOU LIKE.

11. ONCE COOLED AND HARDENED, YOUR DIY BEESWAX FOOD WRAPS ARE READY TO USE! SIMPLY USE THE WARMTH OF YOUR HANDS TO MOLD THE WRAPS AROUND FOOD CONTAINERS, BOWLS, OR DIRECTLY OVER FOOD ITEMS TO CREATE A SEAL. THE BEESWAX WILL STICK TO ITSELF AND HOLD ITS SHAPE, CREATING A NATURAL ALTERNATIVE TO PLASTIC WRAP THAT'S REUSABLE AND ECO-FRIENDLY.

ENJOY USING YOUR HOMEMADE BEESWAX WRAPS TO KEEP YOUR FOOD FRESH AND REDUCE YOUR PLASTIC WASTE!

PROYEKTO: DIY BEESWAX FOOD WRAPS

MGA MATERYALES NA KAILANGAN:
- COTTON TELA (MAS MAINAM NA MAGAAN AT MAKAHINGA)
- BEESWAX PELLETS O GRATED BEESWAX
- PINE RESIN (OPSYONAL, PARA SA DAGDAG NA LAGKIT)
- JOJOBA OIL O COCONUT OIL (OPSYONAL, PARA SA FLEXIBILITY)
- PARCHMENT PAPER
- BAKING SHEET
- CLOTHESLINE O DRYING RACK

MGA TAGUBILIN:
1. MAGSIMULA SA PAMAMAGITAN NG PAGPUTOL NG IYONG COTTON FABRIC SA MGA PARISUKAT O PARIHABA NA MAY IBA'T IBANG LAKI, DEPENDE SA IYONG KAGUSTUHAN AT SA MGA LALAGYAN NA PLANO MONG TAKPAN.

2. PAINITIN MUNA ANG IYONG OVEN SA 200°F (93°C) AT LAGYAN NG PARCHMENT PAPER ANG ISANG BAKING SHEET.

3. MAGLAGAY NG ISANG PIRASO NG TELA SA BAKING SHEET NA MAY LINYANG PARCHMENT PAPER.

4. MAGWIWISIK NG MARAMING BEESWAX PELLETS O GRATED BEESWAX NANG PANTAY-PANTAY SA IBABAW NG TELA. KUNG NINANAIS, MAAARI KA RING MAGDAGDAG NG ISANG MALIIT NA HALAGA NG PINE RESIN PARA SA DAGDAG NA LAGKIT AT JOJOBA OIL O LANGIS NG NIYOG PARA SA FLEXIBILITY.

5. MAGLAGAY NG ISA PANG PIRASO NG PARCHMENT PAPER SA IBABAW NG TELA AT PAGKIT UPANG MAKAGAWA NG SANDWICH.

6. ILAGAY ANG BAKING SHEET SA PREHEATED OVEN AT HAYAANG MATUNAW ANG BEESWAX SA TELA. ITO AY DAPAT TUMAGAL NG MGA 5-10 MINUTO, DEPENDE SA KAPAL NG TELA AT DAMI NG BEESWAX NA GINAMIT.

7. MAINGAT NA ALISIN ANG BAKING SHEET MULA SA OVEN KAPAG ANG BEESWAX AY GANAP NA NATUNAW. GUMAMIT NG PAINTBRUSH O SPATULA UPANG IKALAT NANG PANTAY-PANTAY ANG NATUNAW NA PAGKIT SA IBABAW NG TELA, NA TINITIYAK NA NATATAKPAN ANG BAWAT PULGADA.

8. IANGAT ANG TUKTOK NA LAYER NG PARCHMENT PAPER AT TINGNAN KUNG MAY MGA TUYONG SPOT SA TELA. KUNG GAYON, MAGWIWISIK NG KAUNTI PANG PAGKIT SA MGA LUGAR NA IYON AT IBALIK ANG BAKING SHEET SA OVEN SA LOOB NG ILANG MINUTO PA HANGGANG SA GANAP NA MATUNAW.

9. KAPAG ANG TELA AY PANTAY NA NABABALUTAN NG BEESWAX, MAINGAT NA ALISIN ITO SA PARCHMENT PAPER AT ISABIT SA SAMPAYAN O DRYING RACK UPANG LUMAMIG AT TUMIGAS.

10. ULITIN ANG PROSESO SA NATITIRANG MGA PIRASO NG TELA HANGGANG SA MAKAGAWA KA NG MARAMING BEESWAX WRAPS HANGGA'T GUSTO MO.

11. KAPAG LUMAMIG AT TUMIGAS, HANDA NANG GAMITIN ANG IYONG DIY BEESWAX FOOD WRAP! GAMITIN LAMANG ANG INIT NG IYONG MGA KAMAY UPANG HUBUGIN ANG MGA BALOT SA PALIGID NG MGA LALAGYAN NG PAGKAIN, MANGKOK, O DIREKTA SA IBABAW NG MGA PAGKAIN UPANG MAKAGAWA NG SELYO. ANG BEESWAX AY MANANATILI SA SARILI NITO AT MANANATILI ANG HUGIS NITO, NA LUMILIKHA NG NATURAL NA ALTERNATIBO SA PLASTIC WRAP NA MAGAGAMIT MULI AT ECO-FRIENDLY.

I-ENJOY ANG PAGGAMIT NG IYONG HOMEMADE BEESWAX WRAPS UPANG PANATILIHING SARIWA ANG IYONG PAGKAIN AT MABAWASAN ANG IYONG MGA BASURANG PLASTIK!

Books By Schaaf

www.BookBySchaaf.com

Find us at: